Ang Mabuting Babae

Ryan Kim Regoya

Ukiyoto Publishing

All global publishing rights are held by

Ukiyoto Publishing

Published in 2023

Content Copyright © Ryan Kim Regoya

ISBN 9789360168537

All rights reserved.
No part of this publication may be reproduced,
transmitted, or stored in a retrieval system, in any form
by any means, electronic, mechanical, photocopying,
recording or otherwise, without the prior permission of
the publisher.

The moral rights of the authors have been asserted.

This is a work of fiction. Names, characters, businesses,
places, events, locales, and incidents are either the
products of the author's imagination or used in a fictitious
manner. Any resemblance to actual persons, living or
dead, or actual events is purely coincidental.

This book is sold subject to the condition that it shall not by
way of trade or otherwise, be lent, resold, hired out or
otherwise circulated, without the publisher's prior
consent, in any form of binding or cover other than that in
which it is published.

www.ukiyoto.com

Dedication

Una sa lahat gusto kung magpasalamat sa ating mahal na panginoon sa pagkakataon na binigay niya sa akin sa talent at dedikasyong matapos ko ang kwentong ito at Maraming salamat Ukiyoto Publishing sa pagkakataong binigay ninyu sa akin na maipakita ko ang aking talent at maibahagi ko sa iba.

Sa aking pamilya at sa mga taong tumulong sa akin kay Ate Charise Mabaylan, at sa anak niyang si Kobe Craig Mabaylan, Christopher Mabaylan, Meriam Go, and Bobby GO at sa aking mga kaibigan na laging sumusuporta sa akin. Kay Glorie Mae Mahayag, Meghanne Abrera, Emilyn Obsioma Stephanie Oyao, Ella Sabit, Kylle Mambayla, Nicole Caones, Sophia Mila, Dranoel Abragan at Denis Andoy itong mga taong ito ang nagbigay sa akin ng lakas na maisulat ko ang kwento na ito. At sa lahat ng mga taong makakabasa nito maraming, maraming salamat sa iyo.

Nawa'y maging bukas ang kwento na ito para mas lalo pa nating mahalin ang ating sariling atin.

Contents

Kabanata 1	1
ANG MASAMA AY MASAMA	11
ANG NGITI NG DEMONYO	23
ANG PAGBAGSAK NG SAN HERMULO	34
About the Author	48

Kabanata 1

ANG MABUTING BABAE

"Anger is your biggest enemy"

"Masama man kami sa paningin ninyong mga legal na asawa, pero sa mata ng diyos may ginawa din kaming mabuti"

" Hindi kayo naging mabuti, alam mo kung bakit? Dahil mga inutil kayo"

Isang lugar na kung saan ang mga legal at mga kabit ay malayang magsasakitan, gamit ang kanilang kapangyarihan at prinisipyo. Hindi ito bampira at lobo, ito ay legal laban sa kabit. Sino ang matitira? Sino ang mamumuno sa iisang lugar? At mapagkakasundo kaya ng isang kapitana ang dalawang panig?

Ang kwentong ito ay hindi sumasalamin sa totoong estado ng isang legal na asawa at ang isang kabit sa kasalukuyan. Base lang ito sa imahinasyon ng may akda na hindi naman naging legal at kabit :)))

Simula na ng matinding laban. Kanino ka kakampi? Legal o Kabit?At sino sa kanila ang Mabuting Babae.

Dani

Feb 17, 1970

Sa isang lugar sa Hermulo ay malayang nagkakasakitan ang mga legal na asawa at mga kabit.

I was seven years old ng isinama ako ni mama sa isang samahan ng mga kabit. At that time hindi ko pala kung anong ginagawa namin dun, or kung sino ang mga kasama namin. Syempre bata pa ako ,wala akong alam sa mga nangyayari sa paligid ko. Tanging si mama lang ang kilala ng dalawang mata ko.

Mare, ito na ba yung anak mo? - Panimula ng isang babaeng may maikling damit.

Napangiti lang si mama Pagkatapos magsalita ang babae.

Nakatingin lang ako sa babaeng may maikling damit

Nasa'n na ba si kapitana? - Tanong ng babae.

At lumapit naman ang isa sa kasamahan ni mama, feeling ko narinig niya ang sinabi ni ate maikli. Tatawagin ko na lang siyang maikli kasi parang mahilig siya sa mga maiikling damit.

Andun!!! sa hindi niya asawa, nakikiusap na naman na balikan siya. Malakas na boses ng babaeng lumapit sa amin.

"Kawawa naman si kapitana" Panimula ni mama.

Kawawa ba yun? Eh bobo nga eh! Malakas na banat ng babae.

Ilang saglit din ay dumating na ang sinasabi nilang kapitana. Maayos ang pananamit nito at hindi mo talaga makikita sa kanyang mga galaw na isa siyang kabit.

Binati namin siya ng lahat. Pagkatapos ay dumeretso na siya sa harapan para magbigay ng kanyang saloobin.

"Magandang umaga sa lahat. Panimula ni kapitana.

Gusto kung sabihin o tanungin si mama kung anong nangyayari. Pero wala akong magawa. Wala naman ako sa lugar para tanungin ang mga bagay na mahirap pa sa akin.

"Ngayong umaga na ito, ay ipapaliwanag ko sa inyo ang mga dapat o hindi dapat gawin bilang isang kabit.

"May panibagong rules na naman?! Reklamo ng babaeng nagtaas ng kanang kamay.

"Tumahimik ka muna munting linta. - Kapitana. Pagkatapos masabi ay napaupo ang babae ng mahinahon.

"Sa inyong buhay bilang kabit, hindi kayo dapat makipag away sa mga legal na asawa, dahil sa mata ng batas, sila ang may karapatan." Malakas na boses ni kapitana.

"So, tatahimik nalang kami? Wala kaming gagawin? - Tanong ng babae na malapit sa kinaroroonan ni kapitana.

"kung makikipag-away ka, mas lalo lang gugulo ang sitwasyon, isipin mo nga hindi ka legit. - Kapitana

"Dahil naisip ko na dapat ng magkasundo ang mga legal na asawa at ang isang kabit. Malakas na boses ni kapitana.

"Hindi maari"

"Pwede ba yun?"

"Nagulo ang lahat sa sinabi ni kapitana. Naging maingay ang buong paligid, na para bang nasa palengke ang eksena.

Tahimik!!! Malakas na boses ni kapitana na sinabayan ng isang putok ng baril. Nanginginig naman ako sa takot at mabilis kung niyakap si mama.

Gusto niyo bang iputok ko ito, sa mga kokote niyo isa-isa!! - Kapitana.

"Ngunit kapitana, bawiin mo ang iyong sinabi na magkakasundo ang mga legal at tayong mga kabit. Panimula ng isang payat na babae.

"Kailagan ng magkasundo ang lahat, para sa katahimikan ng lugar na ito. - Kapitana

Pagkatapos magsalita si kapitana ay sabay - sabay na nagputukan sa labas. Napag alaman ng kampo ng mga kabit na sumugod ang mga legal na asawa para mapabagsak ang mga kabit. Mabilis naman akong binuhat ni mama para magtago sa loob ng malaking kapulungan.

Kahit nasa loob na kami ng malaking bahay na parang mansiyon ay hindi ko parin maiwasan ang takot at kaba.

"Ipikit mo ang iyong mga mata anak pangako magiging okay din ang lahat - Mama.

Umabot din ng isang oras ang gulo. At nagkalat ang mga dugo sa labas. Nabawasan din ang kampo ng mga kabit dahil sa pagsalakay ng mga legal na asawa. Dahil sa nangyari ay umalis na agad kami ni mama. Dahil din sa nangyari ay nag- away sina mama at papa.

"Clarita, hindi mo ginagamit yang utak mo?! Malakas na boses ni papa habang nakatingin kay mama.

"Pasensiya na. Panimula ni mama.

"Pasensiya?! walang maidudulot yan,kung nakita ko na sa kabaong ang anak natin. - Papa.

"Pangako hindi na mauulit, hindi ko na isasama si Dani sa susunod - Mahinahong boses ni mama. Na aminado naman sa pagkakamali niya.

"Gusto mo bang matulad ang anak mo sayo? - Papa.

"Hindi ko isinama si Dani sa samahan para maging kabit. Pag amin ni mama.

"Talagang hindi siya magiging kabit, dahil hindi ako papayag. Pagkatapos masabi ay

mabilis na umalis si papa. Nasa aking kwarto lang ako ng mag- away sila. Nakita ko sila pero wala akong alam sa sinasabi nila. Basta isa lang ang sigurado hindi na maganda ang pagsasama nina mama at papa. Hindi ko alam kung maaayos pa ba dahil sa mga nangyayari na araw-araw nalang nag -aaway, nagkakasakitan ang mga legal at kabit.

"Kailangan kung kunin si rhea"- Pag amin ni papa na natatakot na sa mga nangyayari.

"Hindi mo pwedeng kunin si Dani. Panimula ni mama.

Hindi ka naging mabuting ina, sa anak mo!! Malakas na banat ni papa kay mama.

Bakit?!! naging mabuting ama ka rin ba sa kanya?! - Mama.

Nasa harapan lang ako at nakatingin lang sa kanilang dalawa, Hindi ko alam kung anong pinagsasabi nila pero biglang tumulo ang mga luha ko. Biglang may sakit akong naramdaman.

Wala ka ng magagawa. Kukunin ko si Dani. - Papa.

Akala ko lalaban pa si mama sa mga oras na yun, pero hindi na isinuko na niya ako kay papa. Siguro naisip niya ang kapakanan ko, ang kaligtasan ko. Ang buhay ko. At nung araw na yun umalis kaming dalawa ni papa. Kasabay din ng aking mga luha ang sakit na aking nadarama.

Feb 23, 1986

Nagpatuloy pa rin ang kaguluhan sa pagitan ng mga legal na asawa at mga kabit. Maraming nasawi sa nangyari. Mga bata na wala pang alam sa mundo At mga matatanda. Mga ari- arian na nawasak sa kaguluhan dulot ng matinding labanan.

Dahil sa nangyari bumagsak ang kampo ng mga kabit. At nanalo sa lugar ang mga legal na asawa. Gustuhin man ng mga kabit na makipag kasundo sa mga legal na asawa ngunit hindi sila nagtagumpay. Namatay si kapitana ng mga kabit. Sa pamumuno ni Veronica ang Kapitana ng mga legal na asawa.

Si Veronica ay ang unang asawa ng aking papa. Mayaman, Matalino. At may magaspang na pag-uugali. Tumira ako sa kampo ni kapitana veronica. Kahit alam niyang anak ako ng isang kabit. Maganda naman sa simula ang naging kapalaran ko sa kanya, ngunit pagdating ng maraming panahon ay natutunan na niya akong saktan, sigawan, at sinubukang pang patayin. Buti nalang ay kasama ko si papa siya na lang kasi ang kakampi ko sa mundong ito. Hindi ko na alam kung nasaan si mama. Ni balita sa tv at radyo ay wala siya.

Pero hindi laging kasama ko si papa dahil dumating ang araw na iiwan din niya ako. Namatay siya dahil sa sakit sa puso. At dahil din dun naging miserable ang buhay ko sa kamay ni Veronica.

"Ikaw na anak ng isang kabit ay dapat na mamatay. - Veronica.

Duguan akong nakaluhod sa harapan ng mga legal na asawa, sa pamumuno ni Veronica na may hawak na baril.

"Patayin mo na yan Veronica! Sigaw ng isang babae.

Akala ko katapusan ko na sa mga oras na iyon, pero hindi pa pala. Sabay-sabay na nawala ang liwanag sa paligid ng malaking bahay. At napansin ko ang paghila ng mabilis sa aking katawan. Iniligtas ako ni mama kasama ang natitirang grupo ng mga kabit. Sa sobrang dilim ng paligid ay hindi kami nakita ni Veronica. Pagkatapos naming makalabas ni mama, ay narinig ko ang malakas na tunog na nagmumula sa malaking kapulungan. Nagpatayan sa isa't -isa ang mga legal na asawa.

Kaya pala nung sabay- sabay na nawala ang liwanag sa loob ay pinlano pala ng lahat na ilabas mo na ako bago nila tapusin ang kanilang mga buhay. Nakipagkasundo pala ang ilan sa mga legal na asawa kay mama dahil hindi na nila kinakaya ang ugali at pamumuno ni Veronica sa samahan.

Akala ko wala na si mama.

Akala ko hindi na niya ako babalikan.

Akala ko hindi ko na siya makikita.

Niyakap ko si mama ng mahigpit. At ilang segundo'y may putok ng baril akong narinig.

Kay Veronica ang baril na aking narinig na tumama sa likod ni mama. Pagkatapos niyang barilin si mama ay mabilis siyang umalis.

Tumulo ang mga luha ko nung gabing yun, hindi ko maipaliwanag ang aking nararamdaman. At sa kahuli-hulihan isang salita ang narinig ko kay mama na masasabi ko at maipagmamalaki ko balang araw.

"Mahal na mahal kita anak" sabay pikit ng kanyang mga mata at pagtigil ng tibok ng kanyang puso.

Unang Bahagi

Ang Bagong Kapitana

Ipinagpatuloy ko ang sinimulan ni mama. Pero hindi bilang kabit, kundi bilang bagong kapitana ng mga kabit at legal na asawa.

1999

Sa isang sikat na restaurant kung saan ikinikwento ko sa aking mga kaibigan ang aking buhay noon, sa pagitan ng mga legal na asawa at mga kabit.

"Anong feeling maging kabit? Panimula ni Danish na isang legal na asawa.

"Okay naman, magaan sa pakiramdam tapos nakaka proud. Pabirong sagot ni Jermaine na isang kabit. Nakangiti lang akong nakikinig sa kanila.

Ganito pala sa pakiramdam na nakikita mong nagkakasundo ang dalawang magka - away dati. Magaan at masaya.

"Sana naging kabit nalang ako - Panimula ni Stephanie.

"Bakit hindi kaba masaya as legal wife? - Danish.

"Eh? diba Jermaine sabi mo magaan sa pakiramdam maging kabit?- Stephanie. Pagkatapos magsalita ni stephanie ay tumawa kami ng malakas, hindi niya kasi alam na nagbibiro lang si Jermaine sa sinabi niya. Si Stephanie kasi ang tipong kaibigan na seryoso sa lahat, kaya kung magbibiro ka para sa kanya seryoso yun.

"Anong nakakatawa? - Stephanie.

"Wala, ano yung utak mo maganda - Danish

"Nakikita mo yung utak ko? -Stephanie

"Stephanie kumain kana- Panimula ko para matigil na.

Masaya akong tinitignan silang tatlo habang kumakain.

Hindi kaba kakain? – Jermaine

Dani yung crush mo nga pala dati sino nga ba yun?- Danish.

"Sino? Huh? - Tanong ko sa kanya.   Diba isa lang yung naging crush mo? na muntik na nga maging kayo?- Jermaine

"Congrats Dani - Panimula ni Stephanie.

"Si Noah ba yun? – Jermaine

Nakangiti lang akong pinakikinggan sila.

At ilang minuto'y may isang malakas na tunog na nangagaling sa labas. Isang tunog na nakakabulabog at nakamamatay. Kahit nasa loob kami ng restaurant ay dinig ko parin ang pagsabog.

"Ano yun?!! Malakas na panimula ni Jermaine

"Nauna akong lumabas at nakita ko ang pagkasira ng mansiyon ni Donya Natividad.

Si Donya Natividad ay isang mayamang kabit na nangangarap maging legal na asawa. Kaya gagawin niya ang lahat para mawala sa piling ni Don Neburcion si Donya Melba ang legal na asawa.

ANG MASAMA AY MASAMA

Nakahandusay sa lupa ang mga pira- pirasong katawan ni Donya Melba. Napuno ang buong paligid ng mansiyon ng makapal na usok na nagmumula sa pagsabog at pinalibutan ng maitim na kulay ang buong paligid ng mansiyon.

Donya Natividad

"Patawarin mo ako sa aking nagawang kasalanan melba, ngunit kailangan kung gawin ang nararapat ang mawala ka sa piling ni Neburcion, hindi maaaring tayong tatlo ang magsasama sa iisang lugar" iyak na pagkakasabi ni Donya Natividad. Nakaluhod ito sa lupa na hawak ang bungo ni Donya Melba.

Ikaw?! Ang pumatay kay Donya Melba? Panimula ko. At tumayo naman si Donya Natividad pagkatapos kung magsalita.

Inaamin ko, kapitana ako ang dahilan ng pagkamatay ni Donya Melba, Paumahin, humihingi ako ng kapatawaran kapitana.

Lumuhod si Donya Natividad sa harap ko hawak ang aking mga kamay.

Mapapatawad kita, ngunit bilang kapitana at tagapangasiwa ng kapayapaan sa ating bayan ay dapat na ikaw maparusahan.

Mahinahon kung pagkakasabi.

Lingid sa kaalaman ng nakararami ang mga parusa at mga tuntunin na dapat sundin bilang kasunduan sa pagtatag ng mapayapang pamayanan at maayos na bayan.

Kaparusahang Kamatayan

Ang sinumang magtatangkang tumraydor sa bayan at gagamit ng dahas para sa pansariling interes lamang ay hahatulan sa parusang kamatayan.

Kaparusahang Sunog

Ang sinumang buhay na makakatikim ng maginhawang pamumuhay ay mamamatay ng walang dadalhin, bagkus mamamatay siyang mahirap. " Mabubuhay kang mayaman, Mamamatay kang mahirap.

Napahagulhol sa iyak si Donya Natividad ng basahin ko ang kasunduan at tuntunin na dapat sundin ng lahat sa para sa bayan.

Ayoko pang mamatay!! Sigaw na pagkakasabi ni Donya Nativdad

Dalhin sa lugar ng paglilitis-Mahinahon kung boses.

Kasama ng mga ibang konseho, tagapamahala at mga hurado ay nakahanda na sa gagawing paglilitis kay Donya Natividad.

Dani:

Paalam Donya Natividad, Sana sa iyong huling hininga ay maramdaman mo ang kasalanang iyong ginawa.

Ipinasok na ng mga guwardiya si Donya Natividad sa Bahay Nayatamak. Ang Bahay Nayatamak ay isang malaking bahay na kung saan gagawin ang paglilitis. Nakaupo na ang lahat ng husgado at mga miyembro ng pamahalaan para sa isasagawang paglilitis kay Donya Natividad.

Tumayo ang Lider ng husgado na si Gobernadorcillio para basahin ang hatol mula kay Donya Natividad.

Kinuha ni Gobernadorcillio ang isang manipis na papel na kulay puti na naglalaman ng hatol mula kay Donya Natividad. Ang hatol ay magtatapos sa kamay ng Gobernadorcillio, ang desesyon ay magmumula sa kung ano man ang nakasulat sa manipis na papel

"Usted, a quien se le ha dado una buena vida en esta ciudad y comete un crimen solo por su deseo, debe irse. A partir de ahora estás en camino a tu destino."

Ikaw na binigyan ng magandang buhay dito sa bayan, at gumawa ng isang krimen dahil lang sa iyong kagustuhan ay dapat na lumisan. Simula ngayon ikaw ay pupunta na patungo sa iyong dapat na paroroonan.

Pagkatapos basahin ng Gobernadorcillio ang hatol ay agad na tinakpan ng malaking sako ang ulo ni Donya Natividad at agad na pinusasan ng mga Guwardiya.

Patawarin niyo ako!! Sigaw na pagkakasabi ni Donya Natividad na humahagulgol sa iyak. Hindi na ako sumunod pa sa lugar na kung saan papatayin si Donya Natividad dahil wala din naman akong magagawa. Masakit man ngunit kailangan kung sundin ang batas na sinulat ng aking ina, para sa ikakatahimik at ikakaunlad ng bayan.

Kawawa naman si Donya Natividad kabet na nga, pinatay pa" Panimula ni Stephanie.

Wala na tayong magagawa ang batas ay batas, kung hindi ka susunod basag ang bungo mo. Mahinang pagkakasabi ni Jermaine kay Stephanie. Tahimik lang akong pinakikinggan ang dalawa, na tila ba may mga pumapasok sa isipan ko tungkol sa nangyari.

Magpahinga ka muna- Mahinang boses ni Jermaine na nakaharap sa akin. Naging kalmado lang ako ng pumutok ang limang bala ng baril.

Wala na si Donya Natividad, Patay na siya. Mahina kung boses. Pagkatapos kung masabi ay lumapit sa akin si Jermaine at niyakap ako.

"Ginawa mo lang ang tama, nararapat lang na pagbayaran ni Donya Natividad ang kanyang kasalanan. – Jermaine

Hindi ko alam kung kailangan ko bang baguhin ang batas na isinulat ni inay, ang batas na nagsimula ang kapayapaan at kaayusan ng lahat. Ang batas na kung saan nagsimula ang lahat ng pagbabago sa pagitan ng dalawang mortal na magkalaban.

Ang mga legal na asawa at Mga kabit.

Hindi talaga ako mapakali na para bang sinisisi ko ang sarili ko sa nangari, Kaya naglakad-lakad nalang ako at nagbabakasakaling mawala ang lahat ng iniisip ko.

Mamatay kana!! Sigaw na pagkakasabi ng isang lalaking may hawak na kutsilyo at akmang sasaksakin ako, buti nalang at nakadepensa agad ako sa kanya.

"Dapat sayo, mamatay dahil wala kang kwentang kapitana!! Hinawakan ko ang mga kamay niya ng mahigpit para hindi niya maiturok sa akin ang kutsilyo.

Makikita ko talaga sa kanyang mga mata ang galit at hinagpis kaya hinigpitan ko pa ang paghawak sa kanyang mga kamay.

Mamamatay ka ngayon, papatayin kita!!

Itutulak ko na sana siya ng may nagpa putok ng baril, at natamaan sa kanyang likod ang lalaki.

Nanginig ako sa takot na para bang sa harap ko pa mismo narinig ang putok ng baril.

Pagkatapos bumagsak sa lupa ng lalaki ay may lumapit sa akin na isang babaeng may hawak na baril.

"Okay ka lang ba?! Nasaktan ka ba?! Lumapit siya sa akin na may galawang concerned.

Hindi agad ako nakapagsalita dahil nangayari at sa halip ay nakatutok lang ang mga mata ko sa kanya.

Oo alam ko I saved your lives" Pabirong sabi niya. Pagkatapos niyang masabi yun ay agad ko siyang niyakap.

Salamat. Panimula ko sa kanya.

Huwag kang mag- alala, simula ngayon friends na tayo. Mahinang boses ng babae.

Unang kita ko palang sa kanya, Parang magaan na yung loob ko. Parang may kakaiba akong naramdaman. Pero kung ano man ito nakatitiyak ako na para ito sa kabutihan. At alam ko na mabuti siyang babae, mabuti siyang tao.

Ako nga pala si Madestine. Panimula niya sa akin na may kasamang ngiti.

Ako si Dani. Mahina kung boses.

Ikaw?! Pala yung kapitana ditto diba? Tanong niya sa akin na may masiglang tono.

Hindi ako nagsalita at sa halip ay ngumiti nalang.

Ang taray mo naman, siguro kontrolado mo lahat ng nandito ano? – Madestine

Hindi, ang lahat- lahat ay pantay,basta susunod ka lang sa batas magiging okay lang lahat. – Dani

Oo, nga magiging okay ang lahat. Mahinang pagkakasabi niya na may kunteng ngiti.

Hindi ko nga pala nasabi sayo na isa akong certified kabit. Pagamin ni Madestine sa akin.

Okay lang – Dani.

Sige mauna na ako – Madestine

Salamat, at mag ingat ka – Dani

Ikinagagalak kung makilala ka Dani. Pangiting pagkakasabi pagkatapos ay tumalikod.

Kinabukasan pinuntahan ko ang puntod ni mama. Wala kasi akong ibang mapuntahan kapag may malalim akong iniisp.

Ipinikit ko lang ang aking mga mata kaharap ang puntod ni mama, at bumalik sa akin ang mga panahon na kung saan pinili akong maging kapitana ng mga legal na asawa at mga kabit.

March 20, 1989

Donya Marceila

Si Donya Marceila ang nagkupkop at nag aruga sa akin, pagkatapos ng gabing namatay si mama. Kaibigan siya ni mama at isa din siyang kabit. May malaking ginagampanan din siya noon sa kapulungan at isa siya sa pinakamayamang kabit. Si Donya Marceila din ang pumili sa akin para maging bagong kapitana. Iba kasi ang nagdedesesyon noon, ang mga mayayamang tao lang ang nag dedesesyon kung sino ang ipapalit at mamumuno sa iisang bayan.

"Simula ngayon ikaw na ang bagong kapitana, para sa pagbabago at pagkakaisa nating lahat. Hangad naman ang iyong dedekasyon, tapang at lakas na magampanan mo ang iyong tungkulin para sa ikakaunlad ng ating bayan at ng lahat.

Nilagyan ni Donya Marceila ng patak ng dugo ang aking ulo na hudyat ng bagong mamumuno sa bayan. At nagpalakpakan ang lahat ng dumalo pagkatapos ay nagkaroon ng malaking selebrasyon.

Hindi ko pa rin ramdam ang saya nung mga gabing yun, dahil naaalala ko pa ang mga nangyari sa aming dalawa ni mama. Nakatayo lang ako sa kilid habang pinapanood ang mga nagsasayawan at nagkakantahan sa selebrasyon.

Parang hindi ka ata masaya? – Panimula ni Donya Marceila na napansin pala ang pag eemot ko.

"Kung nandito lang sana si mama, sigurado matutuwa yun. Mahina kung boses na may kunteng ngiti.

"Proud na proud sayo ang mama mo Dani at alam ko ipinagmamalaki ka niya- Donya Marceila

Salamat po- Dani

Pagkatapos kung magpasalamat kay Donya Marceila ay agad naman niya akong niyakap ng mahigpit.

Akala ko matagal ko pang makakasama si Donya Marceila, pero hindi pala. Nagkaroon ng malubhang sakit si Donya Marceila na nagdulot sa kanya ng pagkahina at pagkabulag dulot sa komplikasyon sa diabetes. Kaya namatay ito, at ang lahat ng kanyang kayamanan at ari-arian ay pinaghatian ng lahat ng mahihirap na legal na asawa at mga kabit sa bayan.

May batas kasi na kapag mamamatay ang isang pinakamayamang tao sa bayan ay hindi mapupunta sa kanyang mga kamag-anak o anak ang pera na kanyang naiwan at sa halip ay mapupunta ito sa mahihirap na nakapalibot sa bayan.

Simula ng mamamatay si Donya Marceila ay ipinagpatuloy ko ang aking tungkulin bilang Kapitana na mamumuno sa pagitan ng mga legal na asawa at mga kabit para sa kaayusan at ikauunlad ng bayan ng Hermulo.

Pagkatapos kung pumunta sa sementeryo ay nagulat nalang ako ng may dalawang babae ang lumapit sa akin habang ako'y naglalakad.

" Mahal naming kapitana, may masamang balita po mula sa bayan" Sabay na pagkakasabi ng dalawa.

Ano yun?- Mahina kung boses.

"May patayan pong nagaganap sa pagitan ng mga legal na asawa at mga kabit" Hindi ko na hinintay pa na matapos magsalita ang dalawang babae at sa halip ay mabilis agad akong tumakbo papaalis .

Pagdating ko bayan ay tumambad sakin ang pitong katawan ng mga legal na asawa at mga kabit. May tama ng bala sa dibdib, ulo likod at saksak pa ng katawan.

Mabuti naman at nandito kana- Mahinang boses ni Jermaine na tumulo pa ang luha.

Paano to nagsimula. Panimula ko.

"Hindi namin alam, basta nakita nalang namin silang nagbabarilan at nagsasakitan kanina. Panimula ni Stephanie.

Pinalibutan ng marami ang katawan ng pitong babae.

Kung sino ang may pakana at plano nito, dapat natin siyang paghandaan. Mahinang boses ko.

May panibagong giyera? – Stephanie

Nakita ko ang mukha at mga mata ni Madestine na nagaalala at nagulat sa nangyari. Bumuhos ang kanyang mga luha at ramdam ko ang hinagpis na nangagaling sa kanyang mga kamay.

Ipagdasal nalang natin ang kanilang mga espiritu nawa'y gabayan sila sa kanilang paglalakbay patungo sa lugar na kung saan sila nararapat.

Tinakpan ng malaking kumot na kulay puti ang katawan ng mga babae. At sabay na lumuhod ang lahat para sa isang panalangin.

Concédeles, Señor, el descanso eterno, y brille para ellos la luz perpetua. Que sus almas y las de todos los fieles difuntos, por la misericordia de Dios, descansen en paz. Amén. Como la semilla enterrada en la tierra, tú nos has producido la cosecha de vida eterna; haznos siempre muertos al pecado y vivos para Dios.

"Eternal rest grant unto them, O Lord, and let perpetual light shine upon them. May their souls and the souls of all the faithful departed, through the mercy of God, rest in peace. Amen. Like the seed buried in the ground, you have produced the harvest of eternal life for us; make us always dead to sin and alive to God.

Pagkatapos ng panalangin ay sabay, sabay na inilibing ang katawan ng mga babae.

Paguwi ko sa bahay ay hindi agad ako makatulog. At sa halip ay iniisip ko pa rin ang nangyari kanina. Kaya lumabas muna ako para makapag isip.

Tulala lang akong nakatingin sa madilim na bahagi ng paligid.

Malalim yata ang iniisip mo? – Madestine. Panimula niya sakin habang nakatalikod ako.

Nandiyan ka pala. Mahina kung boses. Lumapit siya sa akin at niyakap ako.

"Kung gusto mo ng kausap nandito lang ako, nandito lang ako makikinig ako sayo. – Madestine

Salamat, Madestine.

Dani!! Malakas na boses ni Danish na napatakbo papalapit sa amin.

Nakakagulat ka naman. – Dani

Sorry, Panimula niya na may kunteng ngiti.

Ano, kasi baka may alam kana sa nangyari dun sa pitong babae kanina. – Danish

Naguguluhan na ako, hindi ko na alam kung saan ako magsisimula. – Dani

Hi, ako nga pala si Madestine. Panimula ni Madestine kas Danish.

Okay hi, Mahinang boses ni Danish kay Madestine.

" Kabit ka diba? – Derektang tanong ni Danish kay Madestine.

Oo, ikaw? Pagamin naman ni Madestine kay Danish.

Legal na asawa ako, legal na legal. Malakas na boses ni Danish. At hinablot ang kamay ko.

Dani halika nga.

Nasa limang distansiya kami sa kinatatayuaan ni Madestine.

Sino ba siya?- Danish

Kaibigan ko – Dani.

Dani parang may something sa kanya na hindi ko maintindihan something weird.- Danish

Alam kung pinurotekhan mo ako Danish pero huwag mo namang gawan ng masama si Madestine. Mahinang boses ko kay Danish.

Okay, sige basta may something weird sa babaeng yan, but anyways mauna na ako. Danish.

Napabugtong hininga nalang ako.

ANG NGITI NG DEMONYO

Naglalakad si Danish sa madilim na sulok ng paligid, gamit ang kanyang dalang lampara. At maya, maya ay may narinig siyang isang putok ng baril na nanggagaling sa itaas ng mga puno. Napatigil siya sa kanyang paglalakad at itinutok ang kanyang dalang lampara sa itaas ng puno.

Ang lampara kasi ang pangunahing ginagamit ng mga tao sa bayan ng hermulo dahil mas gusto ng mga tao ang tradisyunal na gamit na mula sa mga ninuno.

Ng itinutok na niya ang lampara sa itaas ng puno ay agad siya binato ng malaking bato ng isang lalaki. Nakasuot ito ng makapal na jacket, at agad namang bumagsak sa lupa si Danish dahil sa laki ng tama sa mukha.

Aray,…!! – Danish.

Tulong, Sigaw na.

At biglang pina andar ng lalaki ang chainsaw.

Tulong!! Tulungan niyo ako!!

"Papatayin kita"

Gumapang sa lupa si Danish at Unti- unting lumapit sa kanya ang lalaki na may dalang chainsaw.

Tulunggan niyo ako!! Tulong!! – Sigaw at humahagulhol sa iyak si Danish.

Nabalot ng madugong pangyayari ang gabing yun na pinutol ng lalaki ang dalawang paa ni Danish at hiniwa pa nito ang kanyang katawan.

Kinabukasan. Nagsigawan at nag iyakan ang lahat sa nakitang katawan ni Danish.

Hindi ko kayang panuorin to- Iyak na pagkakasabi ni Jermaine.

Sinong gumawa sayo, nito- Humahagulhol naman ako sa galit at gulat.

" May malaking galit kay danish ang gumawa nito sa kanya" Sigaw ng ilan.

Hindi ako sure pero mukhang magkakaroon ng panibagong giyera. Pagdududa ng ilan pang nakapalibot.

Kawawa naman siya, diba siya yung nakausap natin kagabi?- Tanong sa akin ni Madestine na tumulo din ang luha.

" Dahil sa nangyari ay agad na may pumapasok sa isipan ko. Baka may traydor sa amin. May traydor sa Hermulo at nais niyang mapabagsak ang bayan. Nais niyang bumalik ito sa dating kinalalagyan.

Kung sino man siya ay dapat ko siyang paghandaan. At dapat ko siyang patayin sa lalong madaling panahon. Dahil ang kabayaran ng kamatayan, ay kamatayan din.

MADESTINE.

Sa isang malaking mansiyon. Nakatira ang babaeng nagngagalang madestine.

Everyone let'scelebrate!! Panimula ni madestine na may hawak na inumin. Kasama ni madestine sa malaking bahay ang lahat ng mga kabit.

Anong plano mo madam?

Anong plano ko? Ang pabagsakin at patayin lahat ng sino mang kasapi at mga tauhan sa hermulo. Lahat sila papatayin ko. Wala akong ititira sa kanila, lalong, lalo na ang anak ng dating kapitana na si DANI.

Yun ba ang plano ng mama mo bago siya mamamatay?

MARCH 2, 1986

Masaya na sana ang pamilya namin, ng dumating sa buhay ng papa ko ang letcheng ina ni Dani, Si Clarita ang kabit ng papa ko. Hindi ko alam bakit ba niya nagustuhana ng babaeng yun, bakit niya nagawang ipagpalit ang mama ko sa letche na yun.

Simula ng naging pinuno si MAMA VERONICA sa grupo ng mga kabit, lagi na niyang sinasabi sa akin ang tungkol sa pamilya nila ni Dani. At nung naganap ang matinding giyera sa pagitan ng dalawang panig, nawalan ng kapangyarihan ang mama ko dahil sa kanila. Naghirap kami at pinaramdam nila sa amin ang sakit na ikinamatay ng mama ko. Buti nalang kinopkop ako ni Donya Natividad, inalagaan at itinuring bilang tunay na anak. Si Donya Natividad ay kapatid ng mama ko. Kaya nung nalaman ko na pinatay nila ang nag iisang nagbigay sa akin ng pagmamahal at pagkalinga ay tinupad ko agad ang aking mga plano.

" Bibigyan kita ng malaking halaga, basta takutin mo lang siya gamit ang kutsilyo, para makuha ko ang loob niya.

Pinlano kung takutin si Dani nung gabing muntik na siyang masaksak. At sinunod ko na ang mga plano kung pag awayin at patayin nila ang isa't isa gamit ang kapangyarihan kung malaking halaga. ANG PERA.

"Bibigyan ko ng malaking halaga ang inyung mga anak kapalit ng inyung mga buhay" Dahil alam kung saka lamang magkakapera ang mga tao sa bayan ng san HERMULO kapag merong mayayamang tao ang namatay.

At ang kaibigan niyang Pabida na si DANISH. Ako din ang nag papatay sa kanya na hiwain at putulin ang kanyang mga paa sa pamamagitan ng aking mga tauhan.

" Nais kung isa-isahin mong tapusin ang kanyang mga kaibigan, bahala kana kung anong gagawin mo basta gusto ko may dugong dadaloy dito sa SAN HERMULO.

Kaya ang susunod kung plano, ang pabagsakin siya sa kanyang trono. At gagawin kung miserable ang bayan ng SAN HERMULO.

PAPATAYIN KITA DANI.

So keylan tayo aatake?

Maghintay lang kayo ng kunte pang panahon, pero malapit na. Malapit na nating mabawi ang SAN HERMULO. ANG LUGAR NA KUNG SAAN UNANG PINAMUNUAN NG AKING INA.

Hanggang sa huling hininga mo Dani, papatayin kita ipapatikim ko sayo ang sakit na ginawa ninyu sa amin. Nakangiting pagkakasabi ni MADESTINE.

Hindi na kami makapaghintay Madam. Masayang pagkakasabi ng ilan.

Magsaya muna tayo ngayon, dahil sa susunod mas magiging masaya pa tayo. Sa dadating na panibagong SAN HERMULO.

Ibinalot na sa malaking kumot na kulay puti ang katawan ni Danish.

Magbabayad ang may gawa nito sayo. Mahinag boses ni Dani na tumulo ang luha. Humahagulhol naman sa iyak si Stephanie at Jermaine.

Sino ba kasing hayop ang gumawa nito.

May traydor dito sa SAN HERMULO!!

May traydor dito sa SAN HERMULO!!

Tahimik!! Pasigawa na boses ko.

Nandito tayo ngayon para sa katahimikan at respeto sa katawan ni Danish.

Asawa ko!!! Sigaw ni Don GABURCION. Ang asawa ni Danish.

Papatayin ko ang may gawa nito sayo!! Papatayin ko siya!! At ipaparamdam ko sa kanya ang ginawa niya sayo!! Humahagolhol siya galit at iyak si DON GABURCION.

Simula ngayon, ay may mga guwardiya ng pupunta sa iyong mga tahanan para tignan at hanapin ang posibleng ginamit sa pagpatay kay Danish. Malakas na pagkakasabi ko sa lahat.

Pagkatapos mailibing sa lupa si Danish ay agad na inisa-isa ng mga guwardiya ang mansiyon at mga bahay ng mga kabit at mga legal na asawa. Pero ni isang ebedensiya ay wala silang nakita.

"Paumanhin mahal naming kapitana, ngunit wala po talaga kaming Makita na posibleng ginamit ng salarin sa pagpatay kay Danish po" Panimula sa akin ng isa sa mga guwardiya.

Alam ko kung sinong pumatay kay Danish. Malakas na pagkakasabi ni Stephanie.

Napalingon ako at tinignan ng deresto si Stephanie.

Kung ganon, magbigay kana ng iyong nalalaman para mapanagot na natin kung sino ang walang awang pumatay sa asawa ko!! Galit na pagkakasabi ni DON GABURCION.

Ang ating kapitana. Derektang pagkakasabi ni Stephanie.

Ha?!! Nagulat ang lahat sa ibinalita ni Stephanie.

Nakatutok naman ang mata k okay Stephanie.

Ano to?- Dani

Oo, tama ang narinig niyo si kapitana ang pumatay kay Danish.

Hindi ko alam kung magagalit ba ako o magmumura sa sinabi ni Stephanie pero alam kung hindi niya ako tatraydurin dahil matalik ko siyang kaibigan.

Ikaw, kapitana ang pumatay kay Danish, pinatay mo siya dahil gusto mong maagaw lahat ng kayamanan niya, lahat kami dito hindi lang si Danish.

At lumapit naman si Jermaine kay Stephanie matapos marinig ang kanyang mga sinabi.

Naririnig mo ba yang sinasabi mo?- Jermaine

Alam ko ang ginagawa ko Jermaine. – Stephanie.

May ebedensiya ka bang magpapatunay na ang ating kapitana ang pumatay kay Danish

Puntahanan niyo ang mansiyon ng kapitana, at malalaman niyo kung ako ba'y nagsisinungaling o nagsasabi ng totoo.- Mahinang boses ni Stephanie.

Tumulo lang ang mga luha ko habang pinapakinggan at pinapanood si Stephanie.

Agad na pumunta ang mga guwardiya sa mansiyon ni Dani at doon nga nakita nila ang isang maliit na chainsaw na may mga dugo.

Kompirmado!!

Si kapitana ang Traydor sa SAN HERMULO!! Sigaw ng ilan.

Hindi ko alam na magagawa ni Kapitana ang lahat ng ito.

Iginapos ng mga guwardiya si Dani at tinakpan ang Ulo gamit ang isang maliit na sako.

Dalhin sa Piitan ang traydor!! Sigaw ni DON GABURCION.

Huminahon muna kayong lahat!! Hindi magagawa ni kapitana ang binibintang sa kanya ni Stephanie.

Paliwanag ni Jermaine sa lahat.

Kaibigan nan g kapitana ang nagsabi sa kanya, paanong hindi kami maniniwala!! Malakas na pagkakasabi ng ilan.

Tumulo ang luha ni Jermaine at pagkatapos ay lumapit kay Stephanie.

Ano bang nangyayari sayo at naging demonyo ka! – Jermaine

Ginawa ko ang tama, at ang demonyo dito ay ang ating kapitana.- Mahinang boses ni Stephanie.

Kung may kaya lang akong patayin ka ngayon, ginawa ko na pero mahal na mahal kita Stephanie, kaibigan ka namin. Mahinang boses ni Jermaine na tumutulo ang luha.

Nakayuko naman si Stephanie at tumulo din ang mga luha.

Iligtas mo ang mga kaibigan natin, kung may kaya kapa – Stephanie

Talagang gagawin ko yun- Jermaine. Pagkatapos ay tumakbo ng mabilis si Jermaine para sundan ang mga guwardiya na dala si Dani.

Pumalakpak na lumapit si Madestine kay Stephanie.

Very good job!! Stephanie- Malakas na pagkakasabi ng may kunteng ngiti.

Ang galing, galing mong umarte- Madestine

Sino ka ba talaga?- Stephanie.

Well, ako lang naman ang nagiisang mortal na kalaban ng kaibigan mo, ay hindi na pala kayo friends sorry, HAHAHA – Madestine.

At dahil sa ginawa mo, hindi ko na papatayin ang mga anak at ang iyong pinakamamahal na asawa, at ibibigay ko sayo ang ating napagusapang halaga.

Si Stephanie ay isang mahirap at legal na asawa na may tatlong anak. At ginawa niyang traydurin si Dani para lang sa pera at sa kaligtasan ng kanyang asawa at mga anak.

Kapag nakuha mo na ang pinagusapan natin, maaari munang lisanin ang lugar na ito- Madestine

Anong ibig mong sabihin? – Stephanie

Ang lugar na ito ay magiging impyerno, hindi ngayon pero bukas. Mahinang boses ni Madestine.

NATINI

Ang lugar kung saan dinadala ang may mga posisyon o tungkulin sa bayan na nagkasala para pagisipan ang kanilang mga kasalanan at kusang aamin sa takdang panahon.

Masikip ang sulok ng NATINI na para bang nasa kulungan ka talaga.

Hindi alam na magagawa akong traydurin ni Stephanie – Dani

Hindi siya si Stephanie, demonyo siya – Jermaine

Baka may problema si Stephanie kaya niya nagawang traydurin tayo – Dani.

Dani!! Mabilis na lumapit si Madestine.

Anong nangyari sayo? Bakit ka nandito!? – Malakas na pagkakasabi ni Madestine.

Okay lang ako. Ngiting pagkakasabi ko.

Sino ng bagong kapitana- Jermaine

Oo nga, habang hindi pa nahuhuli kung sino talaga ang tunay na pumatay kay Danish kailangang may magpuprotekta sa bayan ng SAN HERMULO. Habang nandito ako sa Natini kailangan may magpapanatili parin ng kaayusan dito sa SAN HERMULO.

Nagaalala ako para sayo Dani. Tumulo ang mga luha ni Madestine.

Ikaw Madestine, ikaw ang napili ko na mamumuno muna dito sa SAN HERMULO.

Ako?! – Gulat na pagkakasabi ni Madestine.

Jermaine nais kung ipagbigay alam mo sa GOBERNADORCIILIO na si Madestine muna ang mamumuno sa Bayan ng SAN HERMULO habang nandito ako sa NATINI.

Makakaasa ka Dani- Jermaine.

Napatalikod naman si Madestine na sinabayan ng kunteng ngiti.

ANG PAGBAGSAK NG SAN HERMULO

Nagdiwang sa mansiyon ni Madestine ang lahat ng kabit dahil sa tagumpay na plano ni MADESTINE para sa lahat.

Ang tagumpay ko, ay tagumpay nating lahat- Madestine.

So keylan tayo sasalakay para tapusin ang buhay ng mga legal na asawa at ibang mga kabit.

Malapit na, kunteng panahon nalang at maangkin na natin ang bayan ng SAN HERMULO at walang ibang pwedeng tumira sa bayan ng SAN HERMULO kung hindi tayong mga kabit lang.

Mabuhay ang mga kabit!!!

Mabuhay!!

Mabuhay ka Madam Madestine, kuhang, kuha mo talaga ang iyong ina na si DONYA VERONICA

Nagtipon-tipon ang lahat para sa isasagawang proklamasyon sa pagiging bagong Kapitana na si Madestine.

GOBERNADORCILLIO

"Ikaw madestine na pansamantala munang mamumuno sa bayan ng SAN HERMULO ay binibigyan ko ng basbas na gagawin ng may puso ang iyong tungkulin sa ngalan ng katahimikan at tagumpay dito sa SAN HERMULO.

At binuhusan ng patak ng dugo ang ulo ni Madestine na hudyak ng bagong kapitana.

Sa kasagsagan ng pagtitipon ay sabay-sabay na sumabog ang lahat ng mansiyon ng mga legal at mga kabit.

Nataranta at sabay na nagtakbuhan ang lahat.

May mga putok naman ng baril na nanggagaling naman sa mga sumalakay na mga kabit.

Maraming natamaan sa pangyayari, ang mga legal na asawa at ang kanilang mga pamilya.

Sunod na sunod ang mga pagsabog.

Patayin niyo silang lahat!!! Malakas na sigaw ni MADESTINE.

May hawak namang baril si Madestine at binaril ang Gobernadorcillio sa likod.

Iyakan, at mga daloy ng Dugo ang bumabalot sa bayan ng SAN HERMULO.

Patayin silang lahat.

Tumakbo naman si Jermaine patungong NATINI para magtago.

Anong nangyayari labas- Panimula ni Dani na nangiginig na.

Sumalakay ang ibang kampo ng mga kabit- Jermaine.

Si Madestine. – Dani

Hindi siya tunay na kaibigan, Dani traydor!! siya- Jermaine

Anong ibig mong sabihin?

Sinasabi ko na nga ba nandito ka!! – Madestine.

Nang Makita ni Madestine si Jermaine ay agad niya itong binaril sa likod ng dalawang beses.

Jermaine!!! Sigaw na pagkakasabi ni Dani.

Ano bang ginagawa mo Madestine- Dani.

Ay, kawawa ka naman, don't worry dahil ikaw na ang isusunod ko. Labas!!

Pinalabas ni Madestine si Dani na may hawak na baril. Itinali ni madestine ang dalawang kamay ni Dani gamit ang lubid.

Paglabas ni Dani ay nagulat siya sa kanyang nakita. Ang masayang pamumuhay noon ng bayan ng san hermulo ay nabalutan ng mga patay at daloy ng mga dugo.

Surprise!! – Madestine.

Anong ginagawa mo?

Luhod!! – Madestine

Pinaluhod ni Madestine si Dani sa harap ng mga namatay. Sinipa niya at tinadyakan si Dani pagkatapos ay binaril ang kanang paa.

Ahhh!!!! – Dani.

Sino ka ba talaga- Dani

Sino ako? HAHAHA ako lang naman ang anak ng mortal na kalaban ng mama mo. – Madestine

Anak ka ni Donya Veronica? – Dani

Ay,.. hindi ka naman bobo- Madestine

May hawak na baril si Madestine ay sinipa- sipa si Dani.

Bakit mo to ginagawa? Mahinang pagkakasabi ni Dani na tumutulo ang mga luha.

Alam mo, noon pa talaga kita gusting tapusin eh, pero nasasayangan ako sa oras gusto ko kasi exciting yung gagawin ko at dapat exciting din yung pagpatay ko sayo. Mahinang boses ni Madestine.

Pero hinintay ko lang na maging bagong kapitana ako, para magkaroon ako ng lakas na gawin ang mga gusto kung gawin. At isa na doon ang mga plano ko.

Hindi kita maintindihan- Dani

Pinatay mo si Donya Natividad!!!- Madestine

Hindi ko siya pinatay, pinatay siya ng kasalanan niya- Dani

Pinatay mo siya!!- Madestine.

Dahil ang batas ay batas- Dani

Hindi, dahil ang batas na pinapaniwalaan mo ay walang silbi sa panahon ngayon!!! Ang batas ng pinapaniwalaan mo ay batas na ginawa ng mama mo para protektahan ka.

Anong ibig mong sabihin?- Dani

Hindi mo ba alam na ginawa ng mama mo ang batas para hindi ka matulad sa kanya, kaya nung mamatay siya ipinagkaloob niya ang trono na sayo na inutos niya kay Donya Marceila. Pagamin ni Madestine sa akin.

Paano mo nalaman?- Dani

Dahil sinabi sakin lahat ni Donya Natividad.

Ang mama mo ay wala talagang pake sa kapulungan at pamamahala dito sa SAN HERMULO, ginawa lang niya nilikha lang niya, sinulat lang niya ang mga batas para protektahan ka!! At ang mama Veronica ko ang tunay na may malasakit dito sa SAN HERMULO. Kaya ngayon kukunin ko ang dapat na sa amin ng mama ko.

At ikaw mamamatay ka ngayon!! – Madestine.

Ganito ba ang gusto mong mangyayari? Ganito bang bayan ang gusto mong mangyayari? Ang magsasakitan, magpapatayan ang lahat dahil lang sa iyong kagustuhan? Mahinang boses ni Dani.

Tignan mo ang paligid?- Dani

Wala akong pakialam!! Madestine

Huwag mong pairalin ang galit mo madestine, dahil ang galit ang nagdidikta kung sino ka talaga. Ang galit ang gumagawa sayo at nagpapakilala sayo kung anong klaseng tao ka talaga. – Dani

Tumulo ang luha ni Madestine.

Kung papatayin mo ako ngayon? Nakasisiguro ka bang magkakaroon ng kapayapaan ang bayang ito?, na pwede naman tayong magsawa para sa ikakaunlad ng SAN HERMULO, na wala ng gamit, paghihiganti at hinagpis ang ating mga puso.- Dani

Hindi ko magagawa yan- Madestine

Pwede tayong maging mabuting babae para sa mata ng ating mga nasasakupan, Maging mabuting halimbawa para sa ating mga anak, at mga miyembro dito sa bayan. – Dani

Ahhh!!! Ayoko na !!! Tumigil kana!!- Malakas na sigaw ni Madestine.

"Hindi pwedeng magkasundo ang legal na asawa at mga kabit"

Kaya tumigil kana!! – Madestine.

Ramdam ko ang magulong pagiisip ni Madestine, akala ko katapusan ko na ng mga oras na yun pero baligtad pala ang nangayari.

Itinutok ni Madestine sa ulo niya ang baril pagkatapos ay pumutok ito at tumama sa kanyang bungo.

Gulat na gulat akong tinignan ang nakahandusay na ulo ni Madestine sa lupa. At dito napagtanto ko na.

Ang galit ang siyang una nating kalaban, ang galit ang siyang nagbibigay sa atin ng lakas para saktan ang isa't isa.

Mahirap mang tanggapin na hindi ko nagawang iligtas si Madestine sa masamang plano niya sa kanyang sarili, pero dito ko natutunan lahat. Na kailangan kung baguhin ang isinulat na batas ng aking ina na kailangan ng batas na magpoprotekta sa lahat ng kasapi sa bayan ng san hermulo kailangan ng pagbabago hindi lamang sa bayan, kung hindi sa lahat ng kasapi. Katulad ng nangyayari ngayon sa kasalukuyan, Kailangan nating isipin ang kapakanan ng ating nasasakupan hindi ng ating mga sarili lang, marami ang nagugutom, marami ang gustong makatrabaho ng payapa.

Nawa'y maging leksiyon ito sa kasalukuyan na wala na dapat tayong pinapaboran at magkaroon ng patas na panig an gating hukuman. Korapsiyon, patayan, at ka plastikan ang dapat na mabago para sa ikauunlad nating lahat.

Ganito pa ang gusto nating pamunuan? Pamayanan? Gobyerno? ang araw-araw may putukan, ang araw-araw may patayan, at may mga hidwaan galit at ka plastikan?

Kaya bago tayo magdesesyon sa ating mga sarili isipin natin ang ating mga anak, ang kanilang kinabukasan, at kanilang mga pangarap.

Upang tayo ay maging mabuting lalaki o babae sa iba ay dapat na magsimula muna tayo sa ating mga sarili.

Dani

Ibinalot na sa makapal na kumot na kulay puti ang mga katawan at sabay-sabay na inilibing.

Patawarin mo ako, Dani. Panimula sa akin ni Stephanie.

Naiintindihan kita Stephanie- Dani.

Nakasuot ng kulay itim na palda ang lahat.

Dahil sa nangyari ay napagdesesyunan kung lisanin na ang bayan ng SAN HERMULO.

Maraming salamat mga legal na asawa at mga kabit.

Ngayon, ay napagdesesyunan ko na lilisanin na natin ang baying ito, at kanya-kanya tayong magsimula muli para sa ating mga pangarap at mga buhay. Bilang asawa at bilang mga kabit.

Kayong mga legal na asawa ay alagaan ninyu ang inyung mga asawa at mga anak. Dahil sila ang pundasyon at puhunan ninyu sa kasalukuyan. Kayo namang mga kabit ay dapat na magpakumbaba at magpakabuti alang-alang sa inyung mga pamilya at mga sarili.

Walang mabuting babae, kung puro galit at paghihinganti ang ipapairal natin sa ating mga puso kaya magkaroon kayo ng kalayaan at gamitin ninyung leksiyon ang inyung mga natututunan dito sa SAN HERMULO.

Hindi naman makakalimutan, ang iyong hindi matatawarang pamumuno dito sa SAN HERMULO KAPITANA.

Napangiti lang ako kaharap ang mga ilang legal na asawa at mga kabit. Pagkatapos ay nagyakapan ang lahat sa huling pamamaalam.

Nawa'y patnubayan tayo ng panginoon sa ating mga desesyon, na panahon na para makapagsimula tayo muli ng panibagong buhay. Mahinang sagot ng ilan.

Isa-isa ng nagalis ang ilan dala ang kanilang mga gamit.

Anong bang plano mo dito- Stephanie.

Para mawala na ang truma at maalis na sa atin ang malagim na bangungot ng nakaraan, Susunugin ko ang lugar na ito. Sinunog ko lahat ng ari-arian at parte ng bahay ng SAN HERMULO. Dahil ito lang ang tanging paraan para mawala na sa isipan ng mga mamamayan ang nangyari sa kanilang mga kasamahan at iba pang naging biktima ng kaguluhan. At ako bilang kapitana ay mamumuhay ng walang iniisip o nararamdamang pagalala, Dahil tapos na, tapos na ang gulo sa pagitan ng mga Kabit at Legal na asawa.

At alam kung mahirap mang tanggapin na kailangan kung sunugin o lisanin ang nagiisang bayan na kung saan nagsimula ang mga lahi ng dalawang mortal na kalaban, para sa ikatatahimik ng aming mga puso at isipan.

Para sa Kasalukuyan

Natapos man ang gulo sa pagitan ng mga kabit at legal na asawa, ngunit hindi pa rin natatapos ang mga plano nating tulunggan ang ating mga sarili na bumangon at magsimula ulit. Bilang isang kasapi at parte ng *Bayang Pilipinas*. Nawa'y maging gabay o leksiyon ang usaping ito na ipamulat sa ating mga nasasakupan ang kahalagahan ng pagtutulunggan para maabot natin ang ating mga pangarap hindi lamang sa ating mga sarili, kung hindi sa ating mga kapwa at sa ating mga anak.

Dahil tayo din naman ang maaapektuhan kung patuloy tayong magpapalamon sa ating galit, lungkot at paghihiganti. Kaya isipin natin na sa bawat salitang ating binibitawan masakit man ito o hindi ay magbubunga ito ng pagkilala sa ating mga sarili. Kaya para sa lahat ng makakabasa nito.

Ang pagiging mabuti ay hindi nasususukat kung anong kalseng tao ka, nasusukat ito sa kung ano man ang tinitibok ng iyong puso.

Maraming salamat sa pagbasa ng aking munting kwento nawa'y may natutunan ka sa bawat linya o eksenang iyong nabasa dahil hindi lamang ito sumasalamin sa totoong kaganapan na nangyayaro sa bansa natin ngayon. Ang patuloy na isyu sa korapsyon. At awayan sa pagitan ng dalawang panig na pwede nating maihahalintulad sa kwento. Ang awayan ng mga kabit at legal na asawa na nangyayari din sa kasalukuyan, imbes na magtulong-tulong tayo sa pagangat ng ating bansa ay mas lalo pa nating sinasaktan at ginagawan ng masama ang ating kapwa-Pilipino. Kaya magtulong-tulong tayo at ipahatid sa iba ang ating magandang plano, sa ekonomiya, sa kapaligiran at sa susunod na henerasyon.

Maging isang magandang halimbawa tayo para mas lalo pa nilang mahalin at alagaan ang ating

bayan.

Wakas.

Mga Tauhan sa kwento

Dani

Madestine

Stepahanie

Danish

Jermaine

Donya Natividad

Donya Marceila

Gobernadorcillio

Clarita

Donya Veronica

Donya Melba

Don Gaburcion

Mga guwardiya.

Ako ay Pilipino at mahal ko ang aking bayan.

Bayang Magiliw, Perlas ng Silanganan
Alab ng Puso sa dibdib mo'y buhay
Lupang Hinirang, Duyan ka ng magiting,
Sa manlulupig di ka pasisiil.

Sa dagat at bundok,
Sa simoy at sa langit mong bughaw,
May dilag ang tula
At awit sa paglayang minamahal.

Ang kislap ng watawat mo'y
Tagumpay na nagniningning;
Ang bituin at araw niya
Kailan pa ma'y di magdidilim.
Lupa ng araw, ng luwalhati't pagsinta,
Buhay ay langit sa piling mo;
Aming ligaya na pag may mang-aapi
Ang mamatay nang dahil sa iyo.

Land of the morning,
Child of the sun returning,
With fervor burning,
Thee do our souls adore.

Land dear and holy,
Cradle of noble heroes,
Ne'er shall invaders
Trample thy sacred shore.

Ever within thy skies and through thy clouds

And o'er thy hills and sea,
Do we behold the radiance, feel and throb,
Of glorious liberty.

Thy banner, dear to all our hearts,
Its sun and stars alight,
O never shall its shining field
Be dimmed by tyrant's might!

Beautiful land of love, o land of light,
In thine embrace 'tis rapture to lie,
But it is glory ever, when thou art wronged,
For us, thy sons to suffer and die.

Ang kwento na ito ay hindi tumatalakay sa totoong istado at kalagayan ng bansang pilipinas. Hindi din ito sumasalamin sa totoong mga tao at pangyayari.

Ngunit pwede itong maging halimbawa at leksiyon na ating natutuklasan sa panahon ngayon. Kaya bago magbasa o magsimulang magpatuloy sa susunod na pahina ay tanungin mo na ang sarili, Ano ang magagawa mo bilang mamamayan sa pagunlad n gating bayan.

Magagawa mo bang isakripisyo ang iyong sarili alang – alang lang sa iyong bayan?

Makakaya mo bang hindi mandaya at tumraydor sa iyong sariling bayan, alang-alang lang sa iyong pansariling kagustuhan?

Kung nakapagisip kana ay maaari mo ng simulan ang mga simpleng plano para mapaganda at makapagsulong ng magandang hangarin sa bansang kinagisnan.

Maraming salamat sayo, Magingat ka Palagi at lagi mong tatandaan kahit ano man ang ating lahi o kinagisnan basta't sama –sama magtatagumpay tayong lahat

Happy Reading at Mabuhay tayong lahat.

About the Author

Ryan Kim Regoya

Ryan Kim Regoya, A College Student na laging na nagaaral sa Cagayan De Oro. Hangad niya ang maipamulat sa mga susunod na henerasyon ang pagmamahal sa sariling bayan sa pamamagitan ng kanyang kwento.

A 23 Years old na walang ibang ginawa sa buhay kundi ang magbasa at magsulat pa ng maraming mga kwento at nagsusumikap na maabot ang kanyang pangarap bilang isang guro at manunulat. Naniniwala din siya na ang tagumpay ay makakamit lang ng isang tao base sa kanyang tiwala sa sarili at dedikasyon na maabot ang pangarap. Ipinamulat din niya sa kwento ang kahalagahan ng pagtutulunggan ng kabutihan at kasamaan para sa tagumpay ng nasa lipunan. Kaya magagawa natin ito ng walang bahid na galit at poot sa ating mga sarili.

www.ingramcontent.com/pod-product-compliance
Lightning Source LLC
LaVergne TN
LVHW041554070526
838199LV00046B/1958